சரித்திர சம்பவங்கள் பகுதி 2 பாடம் 4-6

EASY METHOD FOR IDENTIFY QUESTION AND ANSWERS

ஸ்ரீ விஜயலஷ்மி

Copyright © Mrs. G.s.vijayalakshmi
All Rights Reserved.

ISBN 979-888546518-2

This book has been published with all efforts taken to make the material error-free after the consent of the author. However, the author and the publisher do not assume and hereby disclaim any liability to any party for any loss, damage, or disruption caused by errors or omissions, whether such errors or omissions result from negligence, accident, or any other cause.

While every effort has been made to avoid any mistake or omission, this publication is being sold on the condition and understanding that neither the author nor the publishers or printers would be liable in any manner to any person by reason of any mistake or omission in this publication or for any action taken or omitted to be taken or advice rendered or accepted on the basis of this work. For any defect in printing or binding the publishers will be liable only to replace the defective copy by another copy of this work then available.

இந்த நூலையும்
இதுபோன்றபலநூல்களையும் நான் எழுத
என்னை பெரிதும் ஊக்குவித்த அன்பு
நெஞ்சங்களுக்கு என் மனமார்ந்த நன்றி
பலெளரித்தாகுக

பொருளடக்கம்

அணிந்துரை

இந்த நூலில் ஐ.சி.எஸ்.சி புத்தாம் வகுப்பு பொதுத் தேர்வினைசச்ந்திக்கும் மாணவர்கள் மிகச் சுலபமாக பயின்று தேர்வுபெறும் வகையில் என் சிறு முயற்சியால் எளிய வகையில் ஒருவரி வினாவிடைகள் தயாரிக்கப்பட்டுள்ளது.

முன்னுரை

அன்புக் குழந்தைகளே நீங்கள் அனைவரும் மிகச் சுலபமாகப் பயின்று எளிதில் அடையாளம் காணும் சிறு முயற்சியே இந்நூல் ஆகும்

நன்றி

என் அன்புப் பெற்றோர்களின் ஆசியுடனும் பல நல்ல உள்ளங்களின் வாழ்த்துக்களுடனும் இதுபோன்ற நூல்களை நான் தொடர்ந்து வெளியிடுகின்றேன்.

முகவுரை

சரித்திர சம்பவங்கள் பாடம்

3 முதல் 6 வரை

ஒருவரி வினாவிடைகள்

பாடம் 3. மாவீரன் ராஜாராவ் சத்ரசால்

1. ராஜபுத்திரர்களின் வீரம் உலகம் அறிந்த ஒப்புற்ற - அற்புதம்

2. அதிசய ஆற்றலும் மனோதிடமும் கொண்டவர்கள் - ராஜபுத்திரர்கள்

3. நேர்மைக்கும், உண்மைக்கும் உறைவிடமாக இருந்தவர்கள்- ராஜபுத்திரர்கள்.

4. ராஜபுத்திரர்கள் - நன்றி மறவாதவர்கள்.

5. கோழையும் கூட வாள் எடுக்கும் வன்மை பெறுவது- ராஜபுத்திரர்களின் -வீரத்தைக் கேட்டால்.

6. பண்டிநாட்டின் அரசர் - சத்ரசால்

7. அக்காலத்தில் வலிமையாக இருந்தது - மொகலாயர்களின் ஆதிக்கம்

8. சத்ரசாலை சிம்மாசனத்தில் அமர்த்தியவர் - ஷாஜகான்

9. முதலில் அந்நியர்களான மொகலாயர்களின் வரவை ராஜபுத்திரர்கள் - வெறுத்தனர்

10. அக்பர் மணந்து கொண்டது -ராஜபுத்திர மங்கையை

11. ராஜபுத்திரர்களுக்கு அக்பர் அளித்தது - உயர்பதவி

12. அக்பரின் பேரன் - ஷாஜகான்

13. சத்ரசாலை ஆக்ராவின் கவர்;னர் ஆக்கியவர் - ஷாஜகான்

14. சத்ரசாலின் இனம் - ஹரா.

15. சத்ரசால் வெற்றிகண்டது - 52 போரில்

16. மாவீரன் பட்டத்திற்கு உரியவர் - சத்ரசால்

17. ஷாஜகானின் புதல்வர்கள் மொத்தம் - நால்;வர்

18. தாரா. ஷ_ஜா, மூரத், ஔரங்கசீப் ஆகியோர் - ஷாஜகானின் புதல்வர்கள்.

19. ஷாஜகான் நான்கு பகுதிகளாகப் பிரித்தது தமது - சாம்ராஜயத்தை

20. ஷாஜகானின் சாம்ராஜயங்களுக்குப் பிரதிநிதிகளாக இருந்தவர்கள் - அவரின் புதல்வர்கள்

21. ஷாஜகான் எழுப்பியது உலகப் புகழ்பெற்ற - தாஜமஹால்.

22. தனது வாழ்வின் இறுதிநாட்களில் மகிழ்ச்சியற்று இருந்தவர் - ஷாஜகான்

23. திடீரென்று பற்றிக் கொண்டது - அரசுரிமைப் போராட்டம்.

24. ஷாஜகானுக்கு எதிராகப் போர்க்கொடி உயர்த்தியவர்கள் - இளைய புதல்வர்கள்.

25. முறைப்படி ஷாஜகானின் சிங்காதனத்தில் அமரவேண்டியவன் - தாரா

26. தானே டில்லி சிங்காதனத்தில்(அரியணை) அமர எண்ணியவன் - ஔரங்கசீப்.

27. ஔரங்கசீப்பிடம் இருந்தது - குரூர குணம்.

28. அரசுரிமைப் போரின்போது தென்னாட்டின் கவர்னராக இருந்தவன் -ஔரங்;கசீப்.

29. ஷாஜகான் தம் மைந்தர்களுக்கு காவலாகவும், துணையாகவும் அனுப்பியது - ராஜபுத்திர வீரர்களை.

30. ராஜபுத்திரர்கள் தங்கள் படைகளுடன் ஆலோசகர்களாக இருந்தது - இளவரசர்களுடன்.

31. ஔரங்கசீப்புடன் தக்காணத்தில் ஆலோசகராக இருந்தவர் - சத்;ரசால்

32. ஔரங்கசீப்பின் தளபதி - சத்ரசால்.

33. சத்;ரசாலின் வீரத்தையும் ஆற்றலையும் அறிந்தவன் -ஔரங்கசீப்.

34. ஷாஜகானுக்கு எதிராக தம்பக்கத்தில் இருக்கக் கூறி நயமான வார்த்தைகளால் ஔரங்கசீப் கேட்டது - சத்ரசாலிடம்.

35. ராஜபுத்திரர்களின் பண்புகளுள் தலைசிறந்தது -செய்ந்நன்றி மறவாமை

36. ஷாஜகானின் புதல்வர்களாலேயே அவருக்கு ஆபத்து இருப்பதை அறிந்து

அவரிடம் இருக்க விரும்பியவர் -சத்ரசால்.

37. ஷாஜகானிடம் செல்லவேண்டும் என்ற பிடிவாத குணம்கொண்டவர் -சத்ரசால்.

38. தளபதி சத்ரசால் தன்னை விட்டுப் பிரியப்போவதை அறிந்த ஒளரங்கசீப் செய்தது - கூடார முற்றுகை.

39. முன் எச்சரிக்கையாக தன் பரிவாரங்கள், பொருட்கள் ஆகியவற்றை தலைநகர் டில்லிக்கு அனுப்பியவர் - சத்ரசால்.

40. ஷாஜகானுக்காகத் தம் உயிரைக் கொடுக்கத் தீர்மானித்தவர் -சத்ரசால்.

41. வீரர்களையும், ராஜ விசுவாசிகளையும் ஒன்று திரட்டியவர் - சத்ரசால்.

42. போருக்கு செல்லும் முன் சத்ரசாலும் மற்றவர்களும் அணிந்தது - ஆரஞ்சு வண்ண ஆடை.

43. முகலாய வீரர்கள் எதிர்ப்பார்க்காமல் நடந்தது - ராஜபுத்திரர்கள் தங்களை எதிர்க்க வந்ததை.

44. குங்குமப்பூ வண்ண ஆடை அணிவதன் பொருள் - "வாழ்வு அல்லது சாவு".

45. ஔரங்கசீப்பின் ஆணையோடு சத்ரசாலையும் அவரது படையையும் எதிர்த்தவர்கள் - மொகலாயர்கள்.

46. வெள்ளம் இருகரைகளையும் தொட்டுக்கொண்டு ஓடியது - நர்மதை நதியில்

47. வெள்ளத்தை எளிதில் கடக்கமுhது சத்ரசாலின் படைகள் என்று மனப்பால் குடித்தவர்கள் - மொகலாயர்கள்.

48. ஆற்றுவெள்ளத்தால் கூட தடையாக இருக்க முடியாத ஒரு இடம்- ராஜபுத்திர வீரர்களிடம்.

49. ராஜபுத்திரர்களுக்கு மட்டும் சொந்தமன்றி அவர்களின் குதிரைகளுக்கும் இருந்தது - வீரகுணம்

50. பல சாகங்களை நிகழ்த்திக் காட்டியது - ராஜபுத்திரர்களின் குதிரைகள்.

51. சத்ரசாலும் அவர் ஆட்களும் பத்திரமாகச் சென்றடைந்த இடம்- ஆக்ரா

52. சத்ரசாலை பிடிக்க இயலாமல் ஏமாந்து போனவர்கள் - ஔரங்கசீப்பின் ஆட்கள்.

53. தம் மகன்களின் செயல்களால் மனம் உடைந்து நோய்வாய்ப் பட்டவர் -ஷாஜகான்

54. படுக்கையில் இருந்த தந்தை ஷாஜகானுடன் எப்பொழுதும் அருகில் இருந்தது - மகள் ஜஹனரா.

55. ஷாஜகானின் அன்புக்கும் ஆசிக்கும் உரிய மகன் - தாரா

56. சத்ரசாலுக்கு ஜஹனரா அனுப்பியது -கங்கணம்

57. ஒரு பெண் அனுப்பிய கங்கணத்தை பெற்றவருக்கு அந்தப் பெண் - சகோதரி முறை

58. வடநாட்டில் சகோதரியாக ஏற்றுக் கொள்ளும் முறைக்குப் பெயர் - ராகி பந்த் பாய் என்பதாகும்.

59. சத்ரசால் தம் இனத்தவருடன் தயாரானது - ஷாஜகானை எதிர்த்த மகன்களுடன் போராட

60. போர்க்களத்தில் இளவரசன் தாராவுக்குக் கிடைத்தது - தவறான தகவல்

61. மக்கள் தவறாக எண்ணியது - தாரா இறந்துவிட்டார் என்று.

62. சத்ரசால் -வீர ராஜபுத்திரர்.

63. "ஓடுபவர்கள் கோழைகள்; வெறுக்கப்படவேண்டியவர்கள்" என்று போர்க்களத்தில் அறைகூவல் விடுத்தவர் - சத்ரசால்.

64. மன்னர் ஷானகானின் உப்பைத்

தின்றதால் அவருக்கு விசுவாசியாக இருந்தவர் - சத்ரசால்

65. "வெற்றிபெற்றால் தான் யுத்த பூமியை விட்டு நகருவேன்" என்றவர் - சத்ரசால்.

66. சத்ரசாலின் வீரவுரை மக்களிடையே ஏற்படுத்தியது - புதிய பலத்தை.

67. பீரங்கியின் தாக்குதலால் அலரிக்கொண்டு சென்றது - சத்ரசால் ஏறிச்சென்றயானை

68. சத்ரசாலின் வீரக் குதிரையின் பெயர் - ஜவாடியா

69. யானை புறமுதுகிட்டு ஓடியும் தன் உயிரிருக்கும் வரை ஒரு அங்குலம் கூட போர்க்களத்தை விட்டு திரும்ப எண்ணாத முடிவெடுத்தவர் - சத்ரசால்.

70. தன் ஈட்டியை சத்;ரசால் குறிவைத்தது - மூரத்திற்கு

71. சத்ரசாலுக்கு எதிரியினால் ஏற்பட்டது - பாய்ந்து வந்த குண்டுவீச்சால் தலை

துளைக்கப்பட்டது.

72. போரில் அநியாயமாக கொல்லப்பட்டு வீர மரணம் அடைந்தவர் - சத்ரசால்

73. இறுதியில் வெற்றி பெற்றது - துரோகம், சூழ்ச்சி. வஞ்சகம் முதலியன.

74. தன் சகோதரர்களை அழித்து டில்லி சிம்மாசனத்தில் ஏறியவன் - ஔரங்கசீப்

75. ஔரங்கசீப்பிடம் இறுதிவரை சிறைக்கைதியாக இருந்தவர் - மன்னர் ஷாஜகான்.

76. நன்றிக்கடனைத் தீர்க்க தன் இன்னுயிரையே நல்கிய வீரர் - சத்ரசால்

77. உலகெங்கும் புகழப்படும் பெருமையை அடைந்தவர் - சத்ரசால்

78. கலையுள்ளம் படைத்தவர் - சத்ரசால்

79. சத்ரசால் இறைவனுக்கு செய்தது - தலைநகர் படானில் கிஷோர் ஆலயம்.

80. சத்ரசாலின் பெருமையை இன்றளவும் பறைசாற்றுவது - பண்டியில் உள்ள சத்ரமஹால்.

பாடம் 5 ஜெய்மல்லும் புட்டாவும்

1. வீரத்தின் விளைநிலம் - ராஜஸ்தானம்

2. சாகஸங்கள் புரிவதில் வல்லவர்கள் -ராஜபுத்திரர்கள்

3. தன்மானத்திற்காக தன் உயிரையே நல்கக் கூடிய ஒப்பற்ற வீரர்கள் - ராஜபுத்திரர்கள்

4. மாவீரன் ராணா சங்காவின் மகன் பெயர் - உதயசிம்மன்

5. எதற்கும் பயனற்றவனாக விளங்கியவன் - உதயசிம்மன்.

6. உதயசிம்மன் ஒரு - கேளிக்கைப்பிரியன்

7. ராஜபுத்திரக் குலத்தின் பெருமையைக் குலைக்கத் தோன்றிய மன்னன் - உதயசிம்மன்.

8. மேவாரின் பலபகுதிகள் அக்பரின் ஆட்சிக்கு உட்பட்டிருந்த காலம் - உதயசிம்மன் ஆட்சியில்

9. மக்கள் வீரசிம்மனை தூற்றிய மொழிகள் - வீரமற்றவன், வீணன்

10. உதயசிம்மன் காப்பாற்ற முடியாமல், அக்பரின் ஆளுமைக்கு உட்பட்டிருந்த இடம் - சித்தூர்

11. நாட்டைக் காப்பாற்ற இயலாமல் மனைவி மக்களுடன் பத்திரமான இடத்துக்குத் தப்பியோடியவன் - உதயசிம்மன்.

12. பதினாறும், பதினேழு வயதுமே நிறைந்திருந்த ஜெய்மல் புட்டாவிற்கு

கிடைத்தது - நாட்டைக் காக்கும் பொறுப்பு

13. ராஜபுத்திரர்களின் போற்றுதலுக்கும், வணக்கத்துக்கும் உரிய இடம் - சித்தூர்

14. வீரத்திற்குப் பிறப்பிடம் - சித்தூர்

15. ராஜபுத்திரர்களின் புனிதத் தலைநகரான சித்தூரைக் காக்கும் பொறுப்பிற்கு ஏற்றவர்கள் - ராஜகுல வாரிசுகள் மட்டுமே

16. உயர்ந்த குடிப்பிறப்பில் தோன்றிய 16 இனத்தவர்கள் வசித்து வந்த இடம் - மேவார்

17. சித்தூரைக் காக்கும் பணியில் போரிட்டு தங்கள் இன்னுயிரை அர்ப்பணித்தவர்கள் - ஜெய்மல் மற்றும் புட்டாவின் தந்தையர்

18. ஜெய்மல் மற்றும் புட்டாவிற்கு பதவிகிடைக்ககக் காரணம் - உயர்குடியில் பிறந்ததால்.

19. மேவார் மக்களின் மகிழ்ச்சிக்குக் காரணம் - பொறுப்பற்ற மன்னன் உதயசிம்மனின் தலைமறைவு

20. தாய்நாட்டை அந்நியருக்கு அடிமையாக்காமல் எத்தனை உயிர்களை பலிகொடுத்தாவது காப்போம் என்பது - ராஜபுத்திரர்களின் சபதம்

21. புட்டாவிற்கு காவி உடை அணிவித்தவர் - அவன் அம்மா

22. துறவிகள் அணியும் காவி உடையல்லாது வீரர்கள் அணியும் உடை - ஆரஞ்சு வண்ண உடை

23. காவி உடை அணிவதன் நோக்கம் - வெற்றி அல்லது வீரமரணம்.

24. ராஜபுத்திர வீரர்களுக்குக் கிடைத்திருந்த மிகப்பெரிய பொக்கிஷம்- நாட்டைக் காக்கும் பொறுப்பு

25. தலைநகர் மாற்றான் வசப்பட்டால் செய்ய முடியாதது - கௌரவமான முறையில் தீக்குளிப்பு

26. அந்நியருக்கு அடிமையாதல் என்பது - இழிநிலை

27. உயிர் மீது ஆசை உள்ளவர்களின் செயல் - போரைத் துறத்தல்

28. கையில் ஆயுதம் ஏந்தி புட்டாவின் ஆணையை ஏற்று போருக்குச் சென்றவர்கள் - ராஜபுத்திர பெண்மணிகள்

29. கோழையும் வாள் எடுக்க உதவுவது - மாதர்களின் வீரப் போர்

30. ராஜபுத்திரர்கள் பெரிதும் விரும்புவது - மரணம்(வீரசுவர்க்கம் அடைதல்)

31. அந்நியர்களும் போற்றியது - ராஜபுத்திரர்களின் வீரப்போரை

32. புட்டாவின் அன்னைக்கு ஏற்பட்டது - வீர மரணம்

33. வாளைச் சுழற்றி பல தலைகளை உருளச் செய்தவன் - புட்டா

34. புட்டா வீழ்த்தப்பட்டது - வீரோதிகளின் வஞ்சகத்தால்

35. புட்டாவின் வெற்றிடத்தை நிரப்பி வீரப்போர் புரிந்தவன் - ஜெய்மல்

36. ஜெய்மல்லைக் கண்டு புதிய வேகத்தோடு போரிட்டவர்கள் - ராஜபுத்திரர்கள்.

37. அதிர்ஷ்டம் இருந்தது - அக்பரின்பக்கம்

38. ஜெய்மல்லின் உயிரைக் குடித்துப் பசி அடங்கியது - அக்பரின்தோட்டாவிலிருந்து வெளிப்பட்ட குண்டு

39. ராஜபுத்திர ரத்தினங்களை இழந்ததால் நிலைகுலைந்து போனவர்கள் - சித்தூர் மக்கள்

40. அக்பர் நடைபாவாடையாகப் பயன்படுத்தியது - இறந்த வீரர்களின் சிகப்பு உடையை

41. அக்பரால் மறக்க இயலாதது - வீரர்கள் போரில் காட்டிய வீரத்தை

42. வீர சாகஸம் புரிந்தவர்கள் - ஜெய்மல்லும் புட்டாவும்

43. அக்பரால் மறக்க இயலாதது - வீர இளைஞர்களை

44. பாரத இளைஞர்களை தம் வசப்படுத்த வேண்டும் என்பது - அக்பரின் ஏக்கம்

45. தில்லி அரண்மனை வாயிலில் இரு வீரர்கள் யானைமீது அமர்ந்திருப்பதுபோல் நினைவுச் சின்னத்தை உருவாக்கியவர் - அக்பர்.

46. மாபெரும் வீரர்களான ஜெய்மல் மற்றும் புட்டாவிற்கு அக்பர் செய்தது - என்றென்றும் அவர்கள் நிலைத்தல்.

----

6. ராஜா தோடர்மல்;

1.

உணவுப் பற்றாக்குறை, விவசாயிகள் போராட்டம், நிர்வாகக் குளறுபடிகள் நிறைந்திருந்தது - தோடர்மல் பொறுப்பேற்கும் முன்

2.

உழவர்களின் துன்பம் துடைக்கப் பல சட்டதிட்டங்களை உருவாக்கியவர் - தோடர்மல்

3.

அக்பரின் அவையை அலங்கரித்தவர்கள் - நவரத்தினங்கள்

4.

நவரத்தினங்களுள் ஒருவர் -தோடர்மல்

5.

தோடர்மல் ஒரு -ஒப்பற்ற அறிவாளி

6.

உத்தரப்பிரதேசம் , சீதாபுர் மாவட்டத்தைச் சேர்ந்த லஹர்பூரில் அவதரித்தவர் - தோடர்மல்

7.

சாதாரண குடும்பத்தி;ல் உதித்த இந்தியர் - தோடர்மல்

8.

ஏழை விவசாயிகளை வாட்டி வதைத்து வரிவசூல் செய்தவர்கள் - அரசாங்க

அலுவலர்கள்

9.
அரசாங்கம் நடத்தத் தேவைப்படுவது- வரி

10.
ஏழைகளைக் கசக்கிப்பிழிந்து வரிவசூலிக்கக் கூடாது என்று எதிர்ப்புக்குரல் கொடுத்தவர் - தோடர்மல்

11.
தோடர்மல் அக்பர் அவையில் வகித்த பதவி - குமாஸ்தா

12.
வரிவசூலில் எளிய நியாயமான முறையை எடுத்துக் கூறியவர் - தோடர்மல்

13.
அக்பர் குஜராத் மாகாணத்தை வெற்றி கொண்டது - 1573ல்.

14.
தோடர்மல்லுக்கு அக்பரால் முதலில் வழங்கப்பட்ட பதவி - குஜராத் மாகாண நிலச்சீர்த்திருத்தம்

15.
தோடர்மல் நிலங்களை அளந்தது - தரம், அளவு, விளைச்சலுக்கேற்ப

16.
இரண்டாண்டுகளுக்குள் நிலமை

முகவுரை

சீரடைந்தது -குஜராத் மாகாணத்தில்

17.
மகிழ்வுடன் மக்கள் வரி செலுத்தியதால் நிறைந்தது - அக்பரின் கஜானா

18.
அக்பர் தோட்மல்லுக்கு செய்த சிறப்பு - 'ராஜா' பட்டம்.

19.
தமது சாம்ராஜ்யம் முழுவதிலும் நிலங்களுக்கு வரிவிதிக்கும் பொறுப்பை தோடர்மல்லுக்கு நல்கியவர்- அக்பர்

20.
தோடர்மல் 182 மண்டலங்களாகப் பிரித்தது- அக்பரின் சாம்ராஜ்யத்தை.

21.
ஆண்டுக்கு ஒருகோடி வசூல் கிடைத்தது - அக்பரின் மண்லங்களில்

22.
வரிவசூலிக்கும் பொறுப்பில் இருந்த அதிகாரிகளின் பெயர் -கரோடிகள்

23.
விவசாயிகளிடம் கருணைக் காட்டாது அடாவடியாக வரிவசூல் செய்தவர்கள் -கரோடிகள்.

24.

கரோடிகளைக் கடுமையாகத் தண்டித்து சிறையிலடைத்தவர் -தோடர்மல்

25.

அக்காலத்தில் நிலங்களை அளக்க பயன்படுத்தப்பட்ட அளவீடு -சணல் கயிறு

26.

சணல் கயிறின் தன்மை - நனைந்தால் சுருங்குதல், உலர்ந்தால் விரிதல்

27.

தோடர்மல் நிலங்களை அளக்கப் பயன்படுத்திய கருவி - இரும்புப்பட்டை கட்டிய மூங்கிலால் ஆன தடிகள்

28.

தத்தம் பகுதிகளில் உள்ள நிலங்களை அளந்து பதிவுசெய்யும் பொறுப்பில் இருந்தவர்கள் - கிராம மணியக்காரர்கள்

29.

நில அளவீட்டுப் பதிவுகளை மத்திய இலாக்காவுக்கு அனுப்பக் கட்டளை இட்டவர் - தோடர்மல்

30.

நாட்டிலுள்ள நிலங்களை தோடர்மல் பிரித்தது - நான்குவகையாக

31.

ஓராண்டில் இருபோகம் விளையக்கூடிய உயர்நிலம்- போலஜ்

32.

ஓராண்டு விளைந்து மறு ஆண்டு தரிசாக போடக் கூடியநிலம் - பட்தி

33.

ஓராண்டு விளைச்சலுக்குப் பின் மூன்று நான்காண்டுகள் தரிசாகப் போடப்படும் நிலம் - சாசர்

34.

நான்கு ஆண்டுகளுக்கு மேல் தரிசாகப் போடப்படும் கடைநிலம் - பஞ்சர்

35.

ஒவ்வொரு நிலங்களின் ஓர் ஏக்கர் சராசரி விளைச்சலுக்கு ஏற்ப வரிவிதித்தவர் - தோடர்மல்

36.

வரிவசூல் முறையில் பல முன்னேற்றங்களையும் மாற்றங்களையும் ஏற்படுத்தி தோடர்மல் அமைதியை நிலைநாட்டியது - நாட்டில்

37.

முந்தைய பத்து ஆண்டு விளைச்சலுக்கு ஏற்ப கணக்கிட்டு அதற்கேற்ப வரிவசூல் செய்தவர் - தோடர்மல்

38.

ரொக்கமாகவும், பண்டமாகவும் வரிப்பணம் செலுத்தலாம் என்று மக்களுக்கு கூறியவர் - தோடர்மல்

39.

தானியமாகவும் வரியைத் தரலாம் என்று தோடர்மல் கேட்டுக்கொண்டது - விவசாயிகளிடம்.

40.

பஞ்சம் பருவநிலை பொய்த்தல்; காலங்களில் வரிகளைக் குறைத்தல் அல்லது முழுவதுமாக நீக்குதல் என்பதற்குப் பெயர் - வஜா நீக்குதல்

41.

ஏழை எளிய விவாசாயிகளுக்கு நெருக்கடிக் காலங்களில் தோடர்மல் செய்தது - தக்காவிக் கடனுதவி

42.

விவசாயிகளுக்கு தெய்வமாகவும், ஆடாவடி வரிவசூல் செய்யும் அதிகாரிகளுக்கு எமனாகவும் தென்பட்டவர் - தோடர்மல்

43.

அரசாங்க உயர்பதவிகளில் முஸ்லீம்களுக்கு இணையாக இருக்க வேண்டுடம் என்று தோடர்மல் நினைத்தவர்கள் - இந்துக்கள்

44.

வரிவசூல் தொடர்பான ஏடுகள் இருந்த

மொழி - பாரசீகம்

45.

இந்துக்களும் அரசாங்க உயர்பதவி வகிக்க தோடர்மல் செய்தது - அவர்களுக்கு பாரசீக மொழியைக் கற்பித்தல்

46.

இந்துக்களுக்கு மட்டுமே விதித்துவந்த அநீதியான தலைவரி - ஜஸியா

47.

ஜஸியா வரியை நீக்க தோடர்மல் போராடியது - அக்பரிடம்.

48.

தோடர்மல் வகித்தது முஸ்லீம் அரசில் - ஓர் உயர் பதவி

49.

தோடர்மல் நாள்தோறும் செய்யத் தவறாமல் இருந்தது - அன்றாட இறைவழிபாடு

50.

தோடர்மல் எந்தநிலையிலும் மறவாத ஒன்று -தாம் ஓர் இந்து என்பதை

51.

அரச சபைக்கு செல்லும் போது தோடர்மல் அணிவது - மொமலாய உடை

52.

துருக்கர் போல் உடை அணிவதாலும், பேசுவதாலும் ஓர் இந்து முகமதியன் ஆகிவிடமாட்டான் என்ற கொள்கை உடையவர் - தோடர்மல்

53.

தோடர்மல் ஏற்றுக்கொள்ளாதது அக்பரின் புதிய மதமாகிய - தீன் இலாஹி

54.

இறதிவரை இந்துவாகவே வாழவிரும்பியவர் - தோடர்மல்

55.

சிறந்த அறிவாளியாகவும், நிர்வாகியாகவும், வீரராகவும் விளங்கியவர் - தோடர்மல்

56.

அக்பரின் பல போர்களின் தோல்வியை வெற்றியாக்கித் தருபவர் - தோடர்மல்

57.

டில்லியின் வெகு தொலைவில் இருந்து, அடிக்கடி கலவரம் ஏற்பட்ட இடம் - வங்கம்

58.

நான்கே ஆண்டுகளில் வங்கக் கலவரத்தை அடக்கி அமைதியை நிலைநாட்டியவர் - தோடர்மல்

59.

குஜராத்தில் தோடர்மல்லால் போரில் தோற்கடிக்கப்பட்டவன் - சுல்தான் ஐயர்

60.

அக்பரின் படை பலத்தை அதிகரித்து அதிலும் சீர்த்திருத்தத்தை மேற்கொண்டவர் - தோடர்மல்

61.

தரைப்படை மற்றும் குதிரைப்படைகளை பாதுகாத்துவருபவர்கள் பெயர் -மன்சப்தாரர்கள்

62.

மன்சப்தாரர்களுக்கு பராமரிப்பிற்காக வழங்கப்பட்ட தொகை -மன்சப்தாரி.

63.

தன் சொந்த செலவுகளுக்காக மன்சப்தாரியை செலவு செய்தவர்கள்- மன்சப்தாரர்கள்

64.

அரசர்களுக்கு வாடகைக் குதிரைகளை வாங்கிக் காண்பித்தவர்கள் - மன்சப்தாரர்கள்.

65.

மன்சப்தாரர்களின் சூழ்ச்சியை அறிந்த தோடர்மல் அரசாங்கக் குதிரைகளுக்குச் செய்தது - சுடுபோடும் முத்திரை

66.

மன்சப்தாரர்களுக்கு தோடர்மல் இட்ட கட்டளை - அவரவர் கீழுள்ள படைவீரர்களின் பெயர்ப்பட்டியலை வைத்திருக்க வேண்டும் என்பது

67.
தோடர்மல் உணவு, உடை, ஆயுதங்கள் தடையின்றி வழங்க கட்டளை இட்டது - போர்க்கள படைவீரர்களுக்கு

68.
அக்பர் காஷ்மீர் பயணத்தை மேற்கொண்ட ஆண்டு - 1589

69.
அக்பர் தனது ராஜ்ய நிர்வாகத்தையும், தலைநகர் பாதுகாப்பையும் நல்கியது-ராஜா தோடர்மல்லிடம்

70.
தோடர்மல் தமது இறுதிக் காலத்தைக் கழிக்க விரும்பியது - ஹரித்துவாரில்

71.
"கடவுளின் படைப்பான மனிதருக்குச் செய்யும் தொண்டே உண்மையான கடவுள்வழிபாடாகும்" என்ற உத்தரவு தோடர்மல்லுக்குக் கிடைக்கப்பெற்றது - அக்பரிடமிருந்து.

72.
அரசாங்கத்தில் தோடர்மல்லின் சேவை கொஞ்சகாலம் தேவை என்று

சுட்டிக்காட்டியவர் - அக்பர்

73.
தன் பயணத்தை மாற்றியமைத்து தலைநகருக்கு மீண்டும் திரும்பியவர் - தோடர்மல்

74.
சூழ்ச்சியால் தந்திரமாக கொலை செய்யப்பட்டவர் - தோடர்மல்

75.
முன்னம் தோடர்மல்லால் தண்டிக்கப்பட்டு பழிதீர்த்துக்கொண்டவன்- தோடர்மல்லின் உயிரைப் பறித்தவன்.

76.
தலைசிறந்த அரசியல் நிர்வாகியும் அறிவாளியுமான தோடர்மல்லின் முடிவு - சோகத்தில் முடிந்தது.

வெற்றிபெற நல்வாழ்த்துக்கள்:

அன்புடன் தமிழாசிரியை

ஸ்ரீ விஜயலஷ்மி

முகவுரை

கோயம்புத்தூர்-22

கைப்பேசி எண்: 641022

வெளியிட்ட முக்கிய இதர நூல்களின் இணைப்புகள்:

வெளியிட்ட நூல்கள் இணைப்புகள்

1. https://notionpress.com/read/2007-2017-tamil-questions-for-icse-school-students

(வினாவிடைகள் 2007 முதல் 2017)

2. https://notionpress.com/read/prayer-for-everything-get-easily-in-confidently
(வழிபாட்டு நூல்)

3. https://notionpress.com/read/veerabaandiya-kattapomman (வீரபாண்டிய

கட்டபொம்மன்)

4. https://notionpress.com/read/sariththira-sambavankal

சரித்திர சம்பவங்கள்

5. https://notionpress.com/read/pakupatha-uruppilakkanam

(பகுபத உறுப்பிலக்கணம்)

6. https://notionpress.com/read/punarchi-ilakkanam-part-4)

(புணர்ச்சி இலக்கணம் பகுதி-4)

7. https://notionpress.com/read/punarchi-ilakkanam-part-5

(புணர்ச்சி இலக்கணம் பகுதி-5)

8. https://notionpress.com/read/punarchi-ilakkanam-part-3 (புணர்ச்சி இலக்கணம் பகுதி-3)

9. https://notionpress.com/read/punarchi-ilakkanam-book-part-1 (புணர்ச்சி இலக்கணம் பகுதி-1)

10. https://notionpress.com/read/all-in-one-tamil-grammar-for-students (பல்சுவை தமிழ் இலக்கணம் மாணவர்களுக்காக)

11. https://notionpress.com/read/punarchi-ilakkanam-book-part2 (புணர்ச்சி இலக்கணம் பகுதி-2)

12. https://notionpress.com/read/anbu-thanthaikkor-aniyaaram (அன்பு தந்தைக்கோர் அணியாரம்)

13.

https://notionpress.com/read/palsuvai-kavithai-kalangiyam (பல்சுவைக் கவிதைக் களஞ்சியம்)

14. https://notionpress.com/read/ammaa-keerththanaikal (அம்மா கீர்த்தனைகள்)

15. https://notionpress.com/read/tiraiisaip-padakal-mettu (அம்மா திரையிசைப் பாடல்கள் மெட்டு)

16. https://notionpress.com/read/om-amma-saranam (அம்மா துதிமாலை)

17. https://notionpress.com/read/amma-bhajans (அம்மா நாம சங்கீர்த்தனம்)

18. https://notionpress.com/read/amma-s-bhakti (அம்மா பக்தி இசை)

19. https://notionpress.com/read/short-stories-part-1-color-edition (சிறுகதைகள்)

20. https://notionpress.com/read/punctuation-marks (நிறுத்தற் குறியீடுகள்)

21. https://notionpress.com/read/sree-lalitha-shasranamam-color-edition (லலிதா சகஸ்ர நாம ஸ்தோத்திரம் தமிழ் உரையுடன்)

22. https://notionpress.com/read/raja-raja-chozan-sariththira-nadagam-questin-and-answer-for-icse-syllabus-10th-students (இராஜ ராஜ சோழன் புத்தக வினா விடைகள்)

23. https://notionpress.com/read/porul-verupaattai-ezhithil-adaiyazam-kaanum-vazhikazal-part-1 (பொருள் வேறுபாடுகளை எளிதில் அடையாளம் காணுதல்)

24. https://notionpress.com/read/avoid-spelling-mistakes-in-tamil (பிழைநீக்கப் பயிற்சி)

25. https://notionpress.com/read/kuril-nedil-easyly-identify (குறில் நெடில் எளிதில் அடையாளம் காண)

26. https://notionpress.com/read/maha-rana-prathap-easiast-exercise-book (**மஹாராணா பிரதாப் ஒருவரி வினாவிடைகள்**)

27. https://notionpress.com/read/ilakkanak-kurippugal (**இலக்கணக் குறிப்புகளை எளிதில் அடையாளம் காண**)

28. https://notionpress.com/read/veerapandiya-kattapomman-one-word-question-and-answers-part-1 (**வீரபாண்டிய கட்டபொம்மன் ஒருவரி வினாவிடைகள்**)

29. https://notionpress.com/read/veerapandiya-kattaboman-one-word-question-and-answers-part-3 (**வீரபாண்டிய கட்டபொம்மன் ஒருவரி வினாவிடைகள்**)

30. https://notionpress.com/read/veerapandiya-kattapommn-one-word-question-and-answers-part-2 (**வீரபாண்டிய கட்டபொம்மன் ஒருவரி வினாவிடைகள்**)

31. https://notionpress.com/read/tamil-grammar-multiple-choice-question-book-for-all-exams-part-1 (**தமிழ் பலவுள் தெரி**

வினாவிடைகள் இலக்கண புத்தகம் பகுதி -1

32. https://notionpress.com/read/sariththira-sambavangal-one-wrod-question-and-answers (சரித்திர சம்பவங்கள் ஒருவரி வினாவிடைகள்)

33. https://notionpress.com/read/veerapandiya-kattabomman-one-word-question-and-answers-part-4 (வீரபாண்டிய கட்டபொம்மன் ஒருவரி வினாவிடைகள்)

34. https://notionpress.com/read/multiple-choice-question-basic-paragraph(பத்தி வினாவிடைகள் பலவுள் தெரி வினா அடிப்படையில்)

35. https://notionpress.com/read/for-icsc-10th-class-students-asked-from-2007-to-2018-grammar-quizzes(பத்தாம் வகுப்பு மாணவர்களுக்கு 2007 முதல் 2018 வரையில் கேட்கப்பட்ட இலக்கண வினா விடைகள்:)

36. https://notionpress.com/read/ways-to-write-a-sentence-without-error வாக்கியத்தினை பிழையின்றி எழுதும்

வழிகள்

37. <u>https://notionpress.com/read/multiple-choice-grammar-book-part-2</u> பலவுள் தெரி இலக்கண வினாவிடைகள் பகுதி 2

முகவுரை

www.ingramcontent.com/pod-product-compliance
Lightning Source LLC
La Vergne TN
LVHW012050070526
838201LV00082B/3881
* 9 7 9 8 8 8 5 4 6 5 1 8 2 *